HƯỚNG DẪN PHA CHẾ CÀ PHÊ SÁCH MỚI

AF888635

100 CÔNG THỨC CÀ PHÊ CÓ GIA VỊ VÀ NGUYÊN ĐỂ PHA TẠI NHÀ

Thắng Hạ

từ chối trách nhiệm

Thông tin trong Sách điện tử này nhằm mục đích phục vụ như một bộ sưu tập toàn diện các chiến lược mà tác giả của Sách điện tử này đã thực hiện nghiên cứu. Tóm tắt, chiến lược, mẹo và thủ thuật chỉ là đề xuất của tác giả và việc đọc Sách điện tử này sẽ không đảm bảo rằng kết quả của một người sẽ phản ánh chính xác kết quả của tác giả. Tác giả của Sách điện tử đã thực hiện tất cả các nỗ lực hợp lý để cung cấp thông tin hiện tại và chính xác cho người đọc Sách điện tử. Tác giả và các cộng sự của nó sẽ không chịu trách nhiệm pháp lý cho bất kỳ lỗi hoặc thiếu sót không chủ ý nào có thể được tìm thấy. Tài liệu trong Sách điện tử có thể bao gồm thông tin của bên thứ ba. Tài liệu của bên thứ ba bao gồm các ý kiến được thể hiện bởi chủ sở hữu của họ. Do đó, tác giả của Sách điện tử không chịu trách nhiệm hoặc trách nhiệm pháp lý đối với bất kỳ tài liệu hoặc ý kiến của bên thứ ba nào.

MỤC LỤC

GIỚI THIỆU

Tại sao chúng ta lại yêu thích cà phê đến vậy? Chà, ngoài thực tế là nó siêu ngon!
Một tách cà phê bốc khói là thứ đầu tiên mà hàng triệu người tìm đến vào mỗi buổi sáng và có vô số lý do khiến những người này làm như vậy hàng ngày. Caffein trong đó đóng hai vai trò giải thích tại sao mọi người uống cà phê. Đầu tiên, caffein trong cà phê giúp vận động máu của mọi người và khiến họ cảm thấy tràn đầy sinh lực. Những người làm việc vào sáng sớm có xu hướng dựa vào cà phê để giúp họ vượt qua ngày làm việc.
Một lý do khác khiến caffeine là một lý do khiến mọi người uống cà phê là nó gây nghiện. Có nhiều hóa chất trong cà phê có thể gây nghiện và caffein là chất chính. Cai caffein có thể gây đau đầu và khó chịu và nhiều người không muốn từ bỏ cà phê.
Cà phê đã trở thành một thức uống rất xã hội phổ biến tương tự như rượu. Buổi sáng tại quán cà phê địa phương là nơi để đi chơi với bạn bè hoặc gặp gỡ để thảo luận về kinh doanh. Mọi người có xu hướng uống cà phê tại những buổi tụ tập này cho dù họ có thích hay không, điều này cuối cùng giúp họ phát

triển sở thích uống cà phê và sau đó nó trở nên gây nghiện.
Những người uống cà phê nói rằng họ uống cà phê để thư giãn. Mặc dù điều này có vẻ giống như một nghịch lý khi cho rằng cà phê là chất kích thích, nhưng một tách cà phê nóng không chứa caffein hoặc đối với một số người, ngay cả cà phê thông thường cũng có thể thư giãn các giác quan, giúp họ thư giãn và xoa dịu thần kinh. Các nhà nghiên cứu cho rằng tác dụng làm dịu là do kích thích các giác quan hỗ trợ cho sự sáng tạo và kích thích tinh thần, từ đó giúp một số người bình tĩnh lại.

CÀ PHÊ ĐÁ

1. Mochacchino đá

Thành phần:

- 1/2 tách cà phê espresso đã pha, ướp lạnh
- 6 muỗng canh xi-rô sô cô la
- 1 muỗng canh đường
- 1/2 cốc sữa
- 1 cốc kem vani hoặc sữa chua đông lạnh
- 1/4 cốc Heavy cream, đánh bông mềm

Hướng

a) Cho cà phê espresso, xi-rô sô-cô-la, đường và sữa vào máy xay sinh tố và trộn để kết hợp.

b) Thêm kem hoặc sữa chua và trộn cho đến khi mịn.

c) Rót hỗn hợp vào hai ly đã được làm lạnh, và phủ lên trên mỗi ly một lớp kem đánh bông và sô cô la hoặc một ít quế hoặc ca cao.

2. Cà phê đá hạnh nhân

Thành phần:

- 1 tách cà phê pha mạnh
- 1 cốc sữa tách béo
- 1/2 muỗng cà phê chiết xuất vani
- 1/2 muỗng cà phê chiết xuất hạnh nhân
- 1 muỗng cà phê đường
- Quế để trang trí
- topping tráng miệng

Hướng

a) Kết hợp 1 cốc cà phê pha đặc với 1 cốc sữa tách kem, chiết xuất vani, chiết xuất hạnh nhân và đường.
b) Đổ vào ly đầy đá 2 - 10 ounce
c) Trang trí với quế.

3. Cà Phê Quế Đá

Thành phần:

- 4 tách Cà phê đậm đặc (dùng 2 đến 4 thìa cà phê hòa tan vào 1 cốc Nước sôi
- 1 thanh quế 3 inch, bẻ thành từng miếng nhỏ
- 1/2 cốc kem nặng
- Xi-rô cà phê có nhiều hương vị. Vani sẽ bổ sung cho quế.

Hướng

a) Đổ cà phê nóng lên miếng quế; đậy nắp và để yên khoảng 1 giờ.

b) Loại bỏ quế và khuấy trong kem. Làm lạnh kỹ.

c) Để phục vụ, rót vào ly đầy đá. Khuấy lượng Coffee Syrup mong muốn.

d) Nếu muốn, phủ kem ngọt lên trên và rắc quế xay lên trên. Sử dụng que quế làm que khuấy.

4. cà phê đá

Thành phần:

- 2 cốc cà phê espresso
- 1/4 cốc Đường
- 1/2 muỗng cà phê bột quế

Hướng

a) Trong một cái chảo trên lửa vừa, đun nhỏ lửa tất cả các thành phần để hòa tan.

b) Cho hỗn hợp vào đĩa kim loại, đậy nắp và đông lạnh trong ít nhất 5 giờ, khuấy hỗn hợp đông lạnh bên ngoài vào trung tâm cứ sau nửa giờ, cho đến khi cứng nhưng không đông cứng.

c) Ngay trước khi phục vụ, hãy cạo hỗn hợp bằng nĩa để làm sáng kết cấu. Làm 4 (1/2 cốc) phần ăn.

5. Cafe đá Au Lait

Thành phần:

- 2 1/4 Cà phê mới pha lạnh
- 2 ly Sữa
- 2 cốc đá xay
- Đường để hương vị

Hướng

a) Trộn tất cả các thành phần trong máy xay sinh tố.
b) Thêm đường và tiếp tục trộn cho đến khi sủi bọt.
c) Đổ nước đá
d) Phục vụ ngay lập tức.

6. Cà Phê Đá Kem

Thành phần:

- 1 tách cà phê ủ mạnh ướp lạnh
- 2 thìa tròn Đường bánh kẹo
- 3 ly đá bào

Hướng

a) Kết hợp cà phê, đường và đá

b) Trộn cho đến khi kem

7. Cà phê đá gia vị

Làm 4 cốc

Thành phần

- 1/2 chén cà phê xay thô
- 4 cốc nước nhiệt độ phòng
- 1 thanh quế
- 1 quả nhục đậu khấu, đập vỡ
- Sữa hoặc kem, để phục vụ
- Mật ong hoặc đường, để phục vụ

Hướng

a) Xay thô cà phê. Dùng vồ đập nhẹ thanh quế và cả hạt nhục đậu khấu.
b) Trong một thùng chứa lớn, thêm cà phê và gia vị và nhiệt độ phòng hoặc nước hơi ấm. Khuấy đều và để yên trong ít nhất 4 giờ hoặc lý tưởng nhất là qua đêm.
c) Lọc cà phê bằng máy ép kiểu Pháp hoặc để cà phê chảy qua bộ lọc.
d) Đổ cà phê lên đá và thêm một ít chất làm ngọt và/hoặc kem hoặc sữa nếu bạn muốn. Đó cũng là màu đen tuyệt vời!

CÀ PHÊ CÓ RƯỢU

8. cà phê rượu rum

Thành phần:

- 12 oz. Cà phê mới xay, tốt nhất là sô cô la bạc hà, hoặc sô cô la Thụy Sĩ
- 2 oz. Hoặc hơn 151 Rum
- 1 muỗng kem lớn
- 1 oz. Kem Ailen Baileys
- 2 muỗng canh xi-rô sô cô la

Hướng

a) Xay cà phê tươi.
b) Bia.
c) Trong một cốc lớn, đặt hơn 2 oz. của 151 rum ở phía dưới.
d) Đổ cà phê nóng vào 3/4 cốc.
e) Thêm kem Ailen của Bailey.
f) Khuấy.
g) Phủ kem tươi lên trên và rưới xi-rô sô-cô-la lên trên.

9. Cà phê Ireland Kahlua

Thành phần:

- 2 oz. Kahlua hoặc rượu mùi cà phê
- 2 oz. rượu whisky Ailen
- 4 cốc cà phê nóng
- 1/4 chén Whipping cream, đánh bông

Hướng

a) Đổ một nửa ounce rượu mùi cà phê vào mỗi cốc. Thêm một nửa ounce rượu whisky Ailen vào mỗi loại
b) tách. Đổ cà phê nóng mới pha vào, khuấy đều. Muỗng hai chất đống
c) một thìa kem đánh bông lên trên mỗi cái. Phục vụ nóng, nhưng không nóng đến mức bạn có thể bị bỏng môi.

10. Cappuccino Ireland của Bailey

Thành phần:

- 3 oz. Kem Ireland của Bailey
- 5 oz. Cà phê nóng -
- topping tráng miệng đóng hộp
- 1 chút Nhục đậu khấu

Hướng

a) Đổ Bailey's Irish Cream vào cốc cà phê.

b) Đổ đầy cà phê đen nóng. Phủ một lớp topping tráng miệng lên trên.

c) Món tráng miệng phủ đầy bụi với một chút hạt nhục đậu khấu

11. Cà phê rượu mạnh

Thành phần:

- 3/4 cốc cà phê nóng đậm đặc
- 2 ounce rượu Brandy
- 1 muỗng cà phê Đường
- 2 ounce kem nặng

Hướng

a) Đổ cà phê vào một cốc cao. Thêm đường và khuấy để hòa tan.

b) Thêm Brandy và khuấy lại. Đổ kem lên mặt sau của thìa cà phê trong khi giữ nó cao hơn phần trên của cà phê trong cốc một chút. Điều này cho phép nó nổi.

c) Giao banh.

12. Kahlua và sốt sô cô la

Thành phần:

- 6 tách Cà phê nóng
- 1 chén xi-rô sô cô la
- 1/4 cốc Kahlua
- $\frac{1}{8}$ muỗng cà phê bột quế
- Kem đánh

Hướng

a) Kết hợp cà phê, xi-rô sô cô la, Kahlua và quế trong một hộp lớn; khuấy đều.

b) Phục vụ ngay lập tức. Top với kem tươi.

13. Rượu mùi cà phê tự làm

Thành phần:

- 4 chén đường
- 1/2 tách Cà phê hòa tan - dùng nước lọc
- 3 chén nước
- 1/4 muỗng cà phê muối
- 1 1/2 chén Vodka, độ cồn cao
- 3 muỗng canh vani

Hướng

a) Kết hợp đường và nước; đun sôi cho đường tan hết. Giảm nhiệt để đun nhỏ lửa và đun nhỏ lửa trong 1 giờ.

b) HÃY LÀM MÁT.

c) Khuấy vodka và vani.

14. Cà phê Brandy Kahlua

Thành phần:

- 1 ounce Kahlua
- 1/2 ounce rượu Brandy
- 1 tách cà phê nóng
- Kem tươi để làm topping

Hướng

a) Thêm Kahlua và rượu mạnh vào cà phê

b) Trang trí với kem tươi

15. Vôi Tequila Espresso

Thành phần:

- Tách espresso gấp đôi
- 1 ly Tequila trắng
- 1 quả chanh tươi

Hướng

a) Rắc một lát chanh xung quanh mép ly espresso.

b) Đổ một tách cà phê espresso kép lên đá.

c) Thêm một shot rượu Tequila trắng

d) Giao banh

16. Cà phê Brandy ngọt

Thành phần:

- 1 cốc cà phê mới pha
- 1 oz. Coffee Liqueur
- 1 muỗng cà phê xi-rô sô cô la
- 1/2 oz. rượu mạnh
- 1 lát quế
- Kem ngọt ngào

Hướng

a) Kết hợp rượu mùi cà phê, rượu mạnh, xi-rô sô cô la và quế trong cốc. Đổ đầy cà phê mới pha.

b) Top với kem tươi.

17. Tiệc cà phê tối

Thành phần:

- 3 cốc cà phê rất nóng không chứa caffein
- 2 muỗng canh đường
- 1/4 chén rượu Rum sáng hoặc tối

Hướng

a) Kết hợp cà phê rất nóng, đường và rượu rum trong nồi đun nóng.

b) Nhân đôi khi cần thiết.

18. Cà phê phong ngọt ngào

Thành phần:

- 1 chén rưỡi
- 1/4 chén xi-rô cây thích
- 1 tách cà phê pha nóng
- Kem ngọt

Hướng

a) Nấu nửa rưỡi và xi-rô cây thích trong nồi trên lửa vừa. Khuấy liên tục, cho đến khi đun nóng hoàn toàn. Không để hỗn hợp sôi.

b) Khuấy cà phê và dùng với kem ngọt.

19. Giấc mơ Dublin

Thành phần:

- 1 muỗng canhcà phê hòa tan
- 1 1/2 muỗng canh Sô cô la nóng ăn liền
- 1/2 oz. rượu mùi kem Ireland
- 3/4 cốc Nước sôi
- 1/4 cốc Kem tươi

Hướng

a) Trong một ly cà phê Ailen, đặt tất cả các thành phần ngoại trừ kem đánh bông.

b) Khuấy cho đến khi trộn đều, và trang trí với kem tươi.

20. Cà phê Di Saronno

Thành phần:

- 1 oz. Di saronno amaretto
- 8 oz. Cà phê
- Kem đánh

Hướng

a) Trộn Di Saronno Amaretto với cà phê, sau đó phủ kem tươi lên trên.

b) Phục vụ trong cốc cà phê Ailen.

21. cà phê bà ba

Thành phần:

- 8 cốc Nước nóng
- 3 Muỗng Cà phê hạt hòa tan
- 1/2 cốc Rượu mùi cà phê
- 1/4 chén rượu mùi Crème de Cacao
- 3/4 cốc Kem tươi
- 2 muỗng canh sô cô la bán ngọt, nạo

Hướng

a) Trong nồi nấu chậm, kết hợp nước nóng, cà phê và rượu mùi.

b) Đậy nắp và đun nóng ở mức THẤP trong 2-4 giờ. Múc vào cốc hoặc ly chịu nhiệt.

c) Top với kem đánh bông và sô cô la bào.

22. Cà phê hạt dẻ

Thành phần:

- 3 ly cà phê pha nóng
- 3/4 cốc Nửa rưỡi
- 3/4 cốc Đường nâu đóng gói chắc chắn
- 2 muỗng canh bơ hoặc bơ thực vật
- 3/4 cốc rượu mùi Praline
- Kem ngọt

Hướng

a) Nấu 4 thành phần đầu tiên trong một cái chảo lớn trên lửa vừa, khuấy liên tục cho đến khi đun nóng hoàn toàn, không đun sôi.

b) Khuấy rượu mùi; phục vụ với kem ngọt.

23. rượu mùi hạt dẻ

Thành phần:

- 2 cốc Đường nâu sẫm - được đóng gói chắc chắn
- 1 chén Đường trắng
- 2 1/2 chén nước
- 4 chén Pecan miếng
- 4 quả vani xẻ dọc
- 4 ly Vodka

Hướng

a) Cho đường nâu, đường trắng và nước vào nồi trên lửa vừa, cho đến khi hỗn hợp bắt đầu sôi. Giảm nhiệt và đun nhỏ lửa trong 5 phút.

b) Cho hạt vani và quả hồ đào vào một lọ thủy tinh lớn (vì lọ này làm được 4 1/2 cốc Đổ hỗn hợp nóng vào lọ và để nguội. Thêm rượu vodka

c) Che chặt và lưu trữ trong một nơi tối tăm. Lật lọ mỗi ngày trong 2 tuần tiếp theo để giữ cho tất cả các thành phần kết hợp với nhau. Sau 2 tuần, lọc hỗn hợp, loại bỏ chất rắn.

24. Quán cà phê Amaretto'

Thành phần:

- 1 1/2 chén nước ấm
- 1/3 chén Amaretto
- 1 muỗng cà phê pha lê hòa tan
- Kem tươi

Hướng

a) Khuấy đều nước và tinh thể cà phê hòa tan trong đĩa dùng được trong lò vi ba.

b) Lò vi sóng không đậy nắp, bật 100% công suất trong khoảng 3 phút hoặc chỉ cho đến khi hơi nóng.

c) Khuấy trong Amaretto. Phục vụ trong cốc thủy tinh rõ ràng. Trên mỗi cốc hỗn hợp cà phê với một số topping tráng miệng.

25. Cafe Âu Cin

Thành phần:

- 1 tách cà phê rang kiểu Pháp mạnh lạnh
- 2 muỗng canh Đường cát
- dấu gạch ngang quế
- 2 oz. cảng nâu
- 1/2 muỗng cà phê vỏ cam nạo

Hướng

a) Kết hợp và trộn trong máy xay ở tốc độ cao.

b) Đổ vào ly rượu ướp lạnh.

26. Cà phê cappuccino

Thành phần:

- 1/2 cốc Nửa rưỡi
- 1/2 cốc cà phê espresso mới pha
- 2 muỗng canh rượu Brandy
- 2 muỗng canh Rượu rum trắng
- 2 muỗng canh Dark crème de cacao
- Đường

Hướng

a) Đánh nửa rưỡi trong chảo nhỏ trên lửa lớn cho đến khi sủi bọt, khoảng 3 phút.

b) Chia cà phê espresso giữa 2 cốc. Thêm một nửa rượu brandy và một nửa crème de cacao vào mỗi cốc.

c) Đánh lại một nửa và rót vào cốc.

d) Đường là tùy chọn

27. Cà phê Gaelic

Thành phần:

- Cà phê đen; mới làm
- rượu whisky Scotch
- đường nâu thô
- Kem thật; đánh cho đến khi hơi dày

Hướng

a) Rót cà phê vào ly đã hâm nóng.

b) Thêm rượu whisky và đường nâu để nếm thử. Khuấy đều.

c) Đổ một ít kem đã đánh bông nhẹ vào ly trên mặt sau của một thìa cà phê nằm ngay phía trên mặt chất lỏng trong cốc.

d) Nó sẽ nổi một chút.

28. Cà phê Canada

Thành phần:

- 1/4 cốc xi-rô cây thích; nguyên chất
- 1/2 chén rượu whisky lúa mạch đen
- 3 ly Cà phê; nóng, đen, sức mạnh gấp đôi

Phủ bên trên thức ăn:

- 3/4 cốc kem tươi
- 4 muỗng cà phê xi-rô Maple nguyên chất

Hướng

a) Topping-Đánh 3/4 cốc kem tươi với 4 thìa xi-rô cây thích cho đến khi tạo thành một khối mềm.

b) Chia xi-rô phong và rượu whisky trong 4 cốc thủy tinh chịu nhiệt đã được làm nóng trước.

c) Đổ cà phê vào 1 inch từ trên xuống.

d) Muỗng topping trên cà phê.

e) Giao banh

29. cà phê Đức

Thành phần:

- rượu anh đào 1/2-ounce
- 5 ounce cà phê đen tươi
- 1 muỗng cà phê kem đường
- anh đào Maraschino

Hướng

a) Rót cà phê và rượu anh đào vào cốc cà phê, thêm đường để tạo ngọt.

b) Phủ kem tươi và quả anh đào maraschino lên trên.

30. cà phê Đan Mạch

Thành phần:

- 8 c Cà phê nóng
- 1 c Rượu rum đậm
- 3/4 c Đường
- 2 thanh quế
- 12 Đinh Hương (cả cây)

Hướng

a) Trong một cái chảo nặng rất lớn, kết hợp tất cả các thành phần, đậy nắp và giữ ở nhiệt độ thấp trong khoảng 2 giờ.

b) Phục vụ trong cốc cà phê.

31. Cà phê Ireland Shooter Sữa lắc

Thành phần:

- 1/2 chén Sữa gầy
- 1/2 cốc sữa chua ít béo
- 2 muỗng cà phê Đường
- 1 muỗng cà phê Bột cà phê hòa tan
- 1 muỗng cà phê rượu whisky Ailen

Hướng

a) Cho tất cả nguyên liệu vào máy xay sinh tố ở tốc độ thấp.

b) Trộn cho đến khi bạn có thể thấy rằng các thành phần của bạn được kết hợp với nhau.

c) Sử dụng một ly lắc cao để trình bày.

32. Ailen cổ điển tốt

Thành phần:

- 1,5 ounce rượu mùi kem Ailen
- 1,5 ounce rượu whisky Ailen
- 1 tách cà phê pha nóng
- 1 muỗng canh kem tươi
- 1 chút hạt nhục đậu khấu

Hướng

a) Trong một cốc cà phê, kết hợp kem Ailen và rượu Whisky Ailen.

b) Đổ đầy cốc với cà phê. Phủ một lớp kem tươi lên trên.

c) Trang trí với một hạt nhục đậu khấu.

33. Cà phê Ireland Bushmills

Thành phần:

- 1 1/2 ounce rượu whisky Ireland của Bushmills
- 1 muỗng cà phê Đường nâu (tùy chọn)
- 1 dash Crème de menthe, màu xanh lá cây
- Cà phê tươi cực mạnh
- Kem đánh

Hướng

a) Rót rượu whisky vào cốc cà phê Ailen và đổ đầy cà phê đến 1/2 inch tính từ trên xuống. Thêm đường cho vừa ăn và trộn đều. Phủ kem tươi và rưới crème de menthe lên trên.

b) Nhúng mép cốc vào đường để phủ lên mép cốc.

34. Cà phê Ireland đậm đà

Thành phần:

- 1 tách cà phê mạnh
- 1 1/2 oz. rượu whisky Ailen
- 1 muỗng cà phê Đường
- 1 muỗng canh Kem đánh bông

Hướng

a) Trộn cà phê, đường và rượu whisky trong một cốc lớn dùng được trong lò vi sóng.

b) Lò vi sóng ở nhiệt độ cao từ 1 đến 2 phút. Top với kem tươi

c) Cẩn thận khi uống, có thể cần một lúc để nguội.

35. Cà phê kem Ailen

Thành phần:

- 1/3 cốc rượu mùi kem Ireland
- 1 1/2 cốc cà phê mới pha
- 1/4 cốc Heavy Cream, hơi ngọt và đánh bông

Hướng

a) Chia rượu mùi và cà phê trong 2 cốc.

b) Top với kem tươi.

c) Giao banh.

36. Cà phê kiểu Ailen cổ điển

Thành phần:

- 3/4 chén nước ấm
- 2 muỗng canh rượu whisky Ailen
- tráng miệng
- 1 1/2 thìa Pha lê cà phê hòa tan
- Đường nâu để hương vị

Hướng

a) Kết hợp nước và tinh thể cà phê hòa tan. Lò vi sóng, không đậy nắp, bật

b) 100% công suất khoảng 1 phút rưỡi hoặc chỉ cho đến khi hơi nóng. Khuấy rượu whisky Ailen và đường nâu.

37. Lattetini

Thành phần:

- 1 phần kem rượu
- $1\frac{1}{2}$ phần Vodka

Hướng

a) Lắc với đá và lọc vào ly Martini.

b) Vui thích

MOCHA

38. Mocha Cappuccino đá

Thành phần:

- 1 muỗng canh xi-rô sô cô la
- 1 tách cà phê espresso nóng hoặc cà phê rất mạnh
- 1/4 cốc Nửa rưỡi
- 4 viên đá

Hướng

a) Khuấy xi-rô sô cô la vào cà phê nóng cho đến khi tan chảy. Trong máy xay sinh tố, trộn cà phê với nửa rưỡi và đá viên.

b) Trộn ở tốc độ cao trong 2 đến 3 phút.

c) Phục vụ ngay lập tức trong một ly cao, lạnh.

39. Cà phê đá nguyên chất

Thành phần:

- 1/4 cốc cà phê; ngay lập tức, thường xuyên hoặc khử caffein
- 1/4 cốc Đường
- 1 lít hoặc lít sữa lạnh

Hướng

a) Hòa tan cà phê hòa tan và đường trong nước nóng. Khuấy 1 lít hoặc lít sữa lạnh và thêm đá. Đối với hương vị mocha, sử dụng sữa sô cô la và thêm đường cho vừa ăn.

b) Hòa tan 1 muỗng canhcà phê hòa tan athứ 2 muỗng cà phê đường trong 1 muỗng canh nước nóng.

c) Thêm 1 cốc sữa lạnh và khuấy đều.

d) Bạn có thể làm ngọt bằng chất làm ngọt ít calo thay vì đường

40. Cà Phê Hương Mocha

Thành phần:

- 1/4 chén kem khô không sữa
- 1/3 cốc Đường
- 1/4 cốc cà phê hòa tan khô
- 2 muỗng canh ca cao

Hướng

a) Cho tất cả nguyên liệu vào máy trộn, đánh ở tốc độ cao cho đến khi hòa quyện. Pha 1 thìa 1/2 Tablespoons với một cốc nước nóng.

b) Bảo quản trong lọ kín khí. Chẳng hạn như một lọ đóng hộp.

41. Mocha Mexico cay

Thành phần:

- 6 ounce cà phê mạnh
- 2 muỗng canh đường bột
- 1 muỗng canh bột sô cô la xay không đường
- 1/4 muỗng cà phê Quế Việt Nam
- 1/4 muỗng cà phê hạt tiêu Jamaica
- 1/8 muỗng cà phê ớt cayenne
- 1-3 muỗng canh kem nặng hoặc nửa rưỡi

Hướng

a) Trong một bát nhỏ, trộn tất cả các thành phần khô với nhau.

b) Đổ cà phê vào một cốc lớn, khuấy hỗn hợp ca cao, cho đến khi mịn.

c) Sau đó thêm kem để hương vị.

42. cà phê sô cô la

Thành phần:

- 2 muỗng canh Cà phê hòa tan
- 1/4 cốc Đường
- 1 chút muối
- 1 oz. Sôcôla hình vuông không đường
- 1 ly nước
- 3 cốc sữa
- Kem đánh

Hướng

a) Trong chảo, kết hợp cà phê, đường, muối, sô cô la và nước; khuấy trên lửa nhỏ cho đến khi sô cô la tan chảy. Đun nhỏ lửa trong 4 phút, khuấy liên tục.

b) Dần dần thêm sữa, khuấy liên tục cho đến khi đun nóng.

c) Khi đường ống nóng, lấy ra khỏi nhiệt và đánh bằng máy đánh trứng quay cho đến khi hỗn hợp sủi bọt.

d) Đổ vào cốc và đổ một lớp kem tươi lên bề mặt của mỗi cốc.

43. Cà Phê Mocha Bạc Hà

Thành phần:

- 6 cốc cà phê mới pha
- 1 1/2 cốc sữa
- 4 ounce sô cô la bán ngọt
- 1 muỗng cà phê chiết xuất bạc hà
- 8 thanh bạc hà

Hướng

a) Cho cà phê, sữa, sô cô la vào nồi lớn đun trên lửa nhỏ khoảng 5-7 phút hoặc đến khi sô cô la tan chảy, đun nóng hỗn hợp, thỉnh thoảng khuấy đều.

b) Khuấy trong chiết xuất bạc hà

c) Đổ vào cốc

d) Trang trí với một thanh bạc hà

44. Mocha Ý Espresso

Thành phần:

- 1 cốc cà phê hòa tan
- 1 chén đường
- 4 1/2 cốc Sữa khô không béo
- 1/2 chén ca cao

Hướng

a) Khuấy tất cả các thành phần với nhau.

b) Xử lý trong máy xay cho đến khi thành bột.

c) Sử dụng 2 muỗng canh cho một cốc nước nóng nhỏ.

d) Phục vụ trong cốc espresso

e) Tạo ra khoảng 7 cốc hỗn hợp

f) Bảo quản trong lọ có nắp đậy kín.

g) Bình đóng hộp hoạt động tốt để lưu trữ cà phê.

45. Cà Phê Sôcôla

Thành phần:

- 1/4 tách cà phê espresso tức thì
- 1/4 cốc ca cao hòa tan
- 2 cốc Nước sôi - tốt nhất nên dùng nước đã được lọc
- Kem đánh
- Vỏ cam thái nhỏ hoặc bột quế

Hướng

a) Kết hợp cà phê và ca cao. Thêm nước sôi và khuấy để hòa tan. Đổ vào cốc demitasse. Lên trên mỗi khẩu phần với kem đánh bông, vỏ cam bào nhỏ và một chút quế.

46. Chocolate Cà phê Amaretto

Thành phần:

- Hạt cà phê Amaretto
- 1 muỗng canh chiết xuất vani
- 1 muỗng cà phê chiết xuất hạnh nhân
- 1 muỗng cà phê bột ca cao
- 1 muỗng cà phê Đường
- Đánh bông kem để trang trí

Hướng

a) Pha cà phê.

b) Thêm vani và chiết xuất hạnh nhân1 muỗng cà phê ca cao và 1 muỗng cà phê đường mỗi cốc.

c) Trang trí với kem tươi

47. Sô cô la Mint Coffee Float

Thành phần:

- 1/2 cốc cà phê nóng
- 2 muỗng canh rượu Crème de Cacao
- 1 Muỗng Kem Sô Cô La Bạc Hà

Hướng

a) Đối với mỗi khẩu phần kết hợp 1/2 tách cà phê và 2 muỗng canh

b) s của rượu mùi.

c) Trên cùng với một muỗng kem.

48. Cà Phê Cacao

Thành phần:

- 1/4 chén bột kem không sữa
- 1/3 cốc Đường
- 1/4 tách cà phê hòa tan khô
- 2 muỗng canh ca cao

Hướng

a) Cho tất cả nguyên liệu vào máy xay sinh tố, xay ở tốc độ cao cho đến khi hòa quyện.

b) Bảo quản trong lọ đóng hộp kín khí.

c) Trộn 1 1/2 muỗng canh với 3/4 cốc nước nóng

49. Cacao Hazelnut Mocha

Thành phần:

- 3/4 oz. Kahlua
- 1/2 cup Cà Phê Hạt Dẻ Nóng
- 1 muỗng cà phê Nestle nhanh
- 2 muỗng canh rưỡi

Hướng

a) Kết hợp tất cả các thành phần trong cu yêu thích của bạn.

b) Khuấy

50. Cà phê sô cô la bạc hà

Thành phần:

- 1/3 cốc cà phê xay
- 1 muỗng cà phê chiết xuất sô cô la
- 1/2 muỗng cà phê chiết xuất bạc hà
- 1/4 muỗng cà phê chiết xuất vani

Hướng

a) Cho cà phê vào máy xay sinh tố.

b) Kết hợp các chất chiết xuất trong cốc, thêm chất chiết xuất vào cà phê.

c) Xử lý cho đến khi hỗn hợp, chỉ trong vài giây.

d) Bảo quản tủ lạnh

51. Quán cà phê au lait

Thành phần:

- 2 cốc sữa
- 1/2 cốc kem nặng

- 6 cốccà phê Louisiana

Hướng

a) Kết hợp sữa và kem trong chảo; đun sôi (các bong bóng sẽ hình thành xung quanh mép chảo), sau đó bắc ra khỏi bếp.

b) Đổ một lượng nhỏ cà phê vào mỗi cốc cà phê.

c) Đổ hỗn hợp cà phê và sữa nóng còn lại với nhau cho đến khi đầy khoảng 3/4 cốc.

d) Sữa gầy có thể được thay thế cho sữa nguyên chất và kem.

52. Cà phê Ý với sô cô la

Thành phần:

- 2 cốc cà phê nóng đậm đặc
- 2 cốc Ca cao truyền thống nóng - hãy thử nhãn hiệu Hershey's
- Kem đánh
- Vỏ cam nạo

Hướng

a) Kết hợp 1/2 cốc cà phê và 1/2 cốc ca cao trong mỗi 4 cốc.

b) Top với kem đánh bông; rắc vỏ cam bào.

53. Mocha bán ngọt

Thành phần:

- 4 oz. Sô cô la bán nguyệt
- 1 muỗng canh đường
- 1/4 chén kem tươi
- 4 cốc cà phê nóng đặc
- Kem đánh
- Vỏ cam nạo

Hướng

a) Làm tan chảy sô cô la trong một cái chảo nặng trên lửa nhỏ.

b) Cho đường và whipping cream vào khuấy đều.

c) Đánh cà phê bằng máy đánh trứng, mỗi lần 1/2 cốc; tiếp tục cho đến khi sủi bọt.

d) Phủ kem tươi lên trên và rắc vỏ cam nạo lên trên.

CÀ PHÊ GIA VỊ

54. Cà phê gia vị cam

Thành phần:

- 1/4 chén cà phê xay
- 1 muỗng canh Vỏ cam nạo
- 1/2 muỗng cà phê chiết xuất vani
- 1 1/2 thanh quế

Hướng

a) Cho cà phê và vỏ cam vào máy xay sinh tố hoặc máy xay thực phẩm.

b) Dừng bộ xử lý đủ lâu để thêm vani.

c) Xử lý thêm 10 giây nữa.

d) Cho hỗn hợp vào bình thủy tinh cùng với các thanh quế và để trong tủ lạnh.

55. kem cà phê gia vị

Thành phần:

- 2 ly Nestlé's quick
- 2 cốc cà phê bột
- 1/2 chén Đường bột
- 3/4 muỗng cà phê quế
- 3/4 muỗng cà phê nhục đậu khấu

Hướng

a) Trộn tất cả các thành phần với nhau và bảo quản trong lọ kín.

b) Trộn 4 muỗng cà phê với một cốc nước nóng

56. Cà phê gia vị bạch đậu khấu

Thành phần:

- 3/4 cốc cà phê xay
- 2 2/3 chén nước
- Thảo quả đất
- 1/2 chén Sữa đặc có đường

Hướng

a) Pha cà phê theo kiểu nhỏ giọt hoặc máy pha cà phê lọc màu.

b) Đổ vào 4 cốc.

c) Mỗi khẩu phần thêm một chút bạch đậu khấu và 2 muỗng canh sữa đặc.

d) Khuấy

e) Giao banh

57. Quán cà phê Ola

Thành phần:

- 8 cốc nước lọc
- 2 thanh quế nhỏ
- 3 cây đinh hương
- 4 ounce đường nâu đậm
- 1 miếng sô cô la bán ngọt hoặc sô cô la Mexico
- 4 ounce cà phê xay

Hướng

a) Đun sôi nước.

b) Thêm quế, đinh hương, đường và sô cô la.

c) Đun sôi trở lại, hớt hết bọt.

d) Giảm nhiệt xuống thấp và KHÔNG CHO PHÉP NÓ SÔI

e) Thêm cà phê và để ngâm trong 5 phút.

58. Cà phê hạnh nhân vani

Thành phần:

- 1/3 cốc cà phê xay
- 1 muỗng cà phê chiết xuất vani
- 1/2 muỗng cà phê chiết xuất hạnh nhân
- 1/4 muỗng cà phê hạt hồi

Hướng

a) Cho cà phê vào máy xay sinh tố
b) Kết hợp các thành phần còn lại trong một cốc riêng
c) Thêm chiết xuất và hạt vào cà phê trong máy xay
d) Xử lý cho đến khi kết hợp
e) Sử dụng hỗn hợp như bình thường khi pha cà phê
f) Làm cho khẩu phần 8-6 ounce
g) Bảo quản phần chưa sử dụng trong tủ lạnh

59. Ả Rập Java

Thành phần:

- 1 lít nước lọc
- 3 muỗng cà phê
- 3 muỗng canh đường
- 1/4 muỗng cà phê quế
- 1/4 muỗng cà phê bạch đậu khấu
- 1 muỗng cà phê vani hoặc đường vani

Hướng

a) Trộn tất cả nguyên liệu vào nồi và đun cho đến khi có bọt nổi lên trên.

b) Không đi qua một bộ lọc.

c) Khuấy trước khi phục vụ

60. cà phê mật ong

Thành phần:

- 2 tách cà phê tươi
- 1/2 cốc sữa
- 4 muỗng canh mật ong
- 1/8 muỗng cà phê quế
- Dash Nutmeg hoặc Allspice
- Giọt hoặc 2 chiết xuất vani

Hướng

a) Đun nóng nguyên liệu trong nồi, nhưng không đun sôi.

b) Khuấy đều để kết hợp các thành phần.

c) Một món cà phê tráng miệng thú vị.

61. Cafe Viên Mong Muốn

Thành phần:

- 1/2 tách Cà phê hòa tan
- 2/3 cốc Đường
- 2/3 cốc sữa không béo
- 1/2 muỗng cà phê quế
- 1 nhúm đinh hương - điều chỉnh theo khẩu vị
- 1 nhúm hạt tiêu-điều chỉnh theo khẩu vị
- 1 nhúm nhục đậu khấu-điều chỉnh theo khẩu vị

Hướng

a) Trộn tất cả nguyên liệu lại với nhau

b) Dùng máy xay sinh tố xay thành bột thật mịn. Sử dụng 1 muỗng canh cho mỗi cốc nước lọc nóng.

62. Cà phê gia vị quế

Thành phần:

- 1/3 chén cà phê hòa tan
- 3 muỗng canh đường
- 8 toàn bộ đinh hương
- Thanh quế 3 inch
- 3 chén nước
- Kem đánh
- bột quế

Hướng

a) Kết hợp 1/3 cốc cà phê hòa tan, 3 thìa canh đường, đinh hương, thanh quế và nước.

b) Đậy nắp, đun sôi. Tắt bếp và để yên, đậy nắp, ngâm khoảng 5 phút.

c) Sự căng thẳng. Đổ vào cốc và đổ lên trên mỗi cốc một thìa kem đánh bông. Thêm một chút quế.

63. Cà phê quế

Thành phần:

- 1 cốc Nước lạnh
- 2 muỗng cà phê espresso xay
- 1/2 thanh quế (dài 3 inch)
- 4muỗng cà phêKem cacao
- 2 muỗng cà phê rượu mạnh
- 2 muỗng canh Kem đánh bông, để lạnh Sô cô la bán ngọt bào nhỏ để trang trí

Hướng

a) Sử dụngmáy pha cà phê espresso của bạn cho tcà phê của anh ấy hoặc thật mạnh với một lượng nhỏ Nước lọc.

b) Bẻ một thanh quế thành từng miếng nhỏ và thêm vào cà phê espresso nóng.

c) Để nguội trong 1 phút.

d) Thêm crème de cacao và rượu mạnh, khuấy nhẹ. Đổ vào demitasse

e) cốc. Đánh bông kem và nổi một ít kem lên trên mỗi cốc. Trang trí với sô cô la bào hoặc sô cô la cuộn tròn.

64. Cà phê gia vị Mexico

Thành phần:

- 3/4 chén đường nâu, đóng gói chắc chắn
- 6 cây đinh hương
- 6 lát vỏ cam Julienne
- 3 thanh quế
- 6 muỗng canh Cà phê pha thật

Hướng

a) Trong một cái chảo lớn, đun nóng 6 cốc nước với đường nâu, thanh quế và đinh hương trên lửa vừa phải cho đến khi hỗn hợp nóng, nhưng không được để sôi. Thêm cà phê, đun sôi hỗn hợp, thỉnh thoảng khuấy trong 3 phút.

b) Lọc cà phê qua rây mịn và phục vụ trong cốc cà phê với vỏ cam.

65. Cà Phê Trứng Việt Nam

Thành phần:

- 1 quả trứng
- 3 muỗng cà phêcà phê bột Việt Nam
- 2 muỗng cà phê sữa đặc có đường
- Nước sôi

Hướng

a) Pha một cốc nhỏcủa cà phê Việt Nam.

b) Đập một quả trứng và loại bỏ lòng trắng.

c) Cho lòng đỏ và sữa đặc có đường vào một chiếc bát nhỏ sâu lòng và đánh mạnh tay cho đến khi thu được hỗn hợp sủi bọt, bông xốp như ở trên.

d) Thêm một muỗng canh cà phê đã pha và đánh nó vào.

e) Trong một cốc cà phê trong suốt, đổ cà phê đã pha của bạn vào, sau đó thêm hỗn hợp trứng bông mịn lên trên.

66. Cà phê Thổ Nhĩ Kì

Thành phần:

- 3/4 chén nước
- 1 muỗng canh đường
- 1 muỗng cà phê nghiền thành bột
- 1 quả bạch đậu khấu

Hướng

a) Đun sôi nước và đường.
b) Loại bỏ cà phê và bạch đậu khấu khỏi nhiệt
c) Khuấy đều và đun nóng trở lại.
d) Khi cà phê nổi bọt, tắt bếp và để bã lắng xuống.
e) Lặp lại hai lần nữa. Đổ vào cốc.
f) Bã cà phê nên lắng xuống trước khi uống.
g) Bạn có thể phục vụ cà phê với quả bạch đậu khấu trong cốc-sự lựa chọn của bạn

Mẹo cà phê kiểu Thổ Nhĩ Kỳ

h) Phải luôn được phục vụ với bọt bên trên
i) Bạn có thể yêu cầu xay cà phê của mình cho Cà phê Thổ Nhĩ Kỳ - đó là loại bột đặc.
j) Không khuấy sau khi rót ra ly vì bọt sẽ bị xẹp
k) Luôn dùng nước lạnh khi pha chế

l) Kem hoặc sữa không bao giờ được thêm vào Cà phê Thổ Nhĩ Kỳ; tuy nhiên, đường là tùy chọn

67. Lattes gia vị bí ngô

Thành phần:

- 2 muỗng canh bí ngô đóng hộp
- 1/2 muỗng cà phê gia vị bánh bí ngô, cộng thêm để trang trí
- Hạt tiêu vừa mới nghiền
- 2 muỗng canh đường
- 2 muỗng canh chiết xuất vani nguyên chất
- 2 cốc sữa nguyên chất
- 1 đến 2 shot espresso, khoảng 1/4 cốc
- 1/4 chén kem nặng, đánh bông cho đến khi hình thành các đỉnh cứng

Hướng

a) Làm nóng bí ngô và gia vị: Trong một cái chảo nhỏ trên lửa vừa, nấu bí ngô với gia vị bánh bí ngô và một ít hạt tiêu đen trong 2 phút hoặc cho đến khi nóng và có mùi thơm. Khuấy liên tục.

b) Thêm đường và khuấy cho đến khi hỗn hợp trông giống như một loại xi-rô đặc sủi bọt.

c) Đánh bông trong sữa và chiết xuất vani. Đun nhẹ trên lửa vừa, quan sát cẩn thận để đảm bảo nước không sôi quá mức.

d) Cẩn thận xử lý hỗn hợp sữa bằng máy xay cầm tay hoặc trong máy xay sinh tố truyền thống (giữ chặt nắp bằng một chiếc khăn dày!) Cho đến khi sủi bọt và hòa quyện.

e) Pha đồ uống: Pha cà phê espresso hoặc cà phê và chia thành hai cốc và thêm sữa đã tạo bọt.

f) Phủ kem tươi lên trên và rắc gia vị bánh bí ngô, quế hoặc nhục đậu khấu nếu muốn.

68. latte caramen

Thành phần:

- 2 ounce cà phê espresso
- 10 ounce sữa
- 2 muỗng canh nước sốt caramel làm tại nhà và nhiều hơn nữa cho mưa phùn
- 1 muỗng canh đường (tùy chọn)

Hướng

a) Đổ cà phê espresso vào cốc.
b) Cho sữa vào lọ thủy tinh hoặc thủy tinh rộng và cho vào lò vi sóng trong 30 giây cho đến khi sữa rất nóng nhưng không sôi.
c) Ngoài ra, đun nóng sữa trong nồi trên lửa vừa trong khoảng 5 phút cho đến khi rất nóng nhưng không sôi, quan sát cẩn thận.
d) Cho nước sốt caramel và đường (nếu dùng) vào sữa nóng và khuấy đều cho đến khi chúng tan hết.
e) Sử dụng máy đánh sữa để tạo bọt sữa cho đến khi bạn không nhìn thấy bất kỳ bong bóng nào và bạn có một lớp bọt dày, từ 20 đến 30 giây. Xoay ly và gõ nhẹ vào mặt bàn nhiều lần để làm vỡ các bong bóng lớn hơn. Lặp lại bước này nếu cần.
f) Dùng thìa để giữ lại bọt, đổ sữa vào espresso. Múc phần bọt còn lại lên trên.

FRAPPUCCINO VÀ CAPPUCCINO

69. Frappuccino caramel

Thành phần:

- 1/2 tách cà phê lạnh
- 3 muỗng canh đường
- 1/2 cốc sữa
- 2 ly nước đá
- Kem đánh bông - sử dụng loại đóng hộp mà bạn có thể phun lên trên
- 3 muỗng canh nước sốt caramel

Hướng

a) Kết hợp tất cả nguyên liệu vào một máy trộn

b) Xay thức uống cho đến khi đá tan và thức uống mịn

c) Phục vụ trong cốc cà phê ướp lạnh với kem đánh bông và nước sốt caramel rưới lên trên.

70. Frappuccino mâm xôi

Thành phần:

- 2 cốc đá viên
- 1 1/4 tách cà phê pha cực mạnh
- 1/2 cốc sữa
- 2 muỗng canh vani hoặc xi-rô mâm xôi
- 3 muỗng canh xi-rô sô cô la
- Kem đánh

Hướng

a) Kết hợp đá viên, cà phê, sữa và xi-rô trong máy xay sinh tố.

b) Trộn cho đến khi mịn đẹp.

c) Đổ vào cốc phục vụ cao ướp lạnh hoặc ly đài phun nước ngọt.

d) Phủ kem tươi, rưới sô cô la và xi-rô mâm xôi lên trên.

e) Thêm anh đào maraschino nếu muốn

71. Cà Phê Sữa Lắc

Thành phần:

- 2 cốc sữa
- 2 muỗng canh đường
- 2 muỗng cà phê hòa tan
- 3 muỗng canh kem vani
- Cà phê đậm lạnh

Hướng

a) Thêm tất cả các thành phần vào máy xay sinh tố theo thứ tự nhất định và trộn ở tốc độ cao cho đến khi hòa quyện.

b) Phục vụ trong ly soda đài phun nước.

72. Mocha sinh tố

Thành phần:

- 18 viên đá (tối đa 22)
- 7 oz. Cà phê đậm đặc gấp đôi, ướp lạnh
- 1/2 chén sốt sô cô la (hoặc xi-rô)
- 2 muỗng canh xi-rô vani
- Kem đánh

Hướng

a) Sử dụng máy xay sinh tố.

b) Cho đá, cà phê, sốt sô cô la và xi-rô vào máy xay. Xay đến khi mịn. Rót vào một ly soda lớn, cao, ướp lạnh.

c) Trang trí với một ít kem hoặc muỗng kem.

73. Frappuccino caramel ăn liền

Thành phần:

- 1/3 ly nước đá
- 1/3 ly sữa
- 1 Muỗng cà phê hòa tan
- 2 muỗng canh xi-rô caramel

Hướng

a) Trộn tất cả các thành phần với nhau trong máy xay sinh tố cho đến khi đá được nghiền nát và sữa sủi bọt.

b) Phục vụ ngay lập tức.

74. sinh tố xoài

Thành phần:

- 1 1/2 chén xoài, cắt nhỏ
- 4-6 viên đá
- 1 ly sữa
- 1 muỗng canh nước cốt chanh
- 2 muỗng canh đường
- 1/4 muỗng cà phê chiết xuất vani

Hướng

a) Cho xoài đã cắt vào ngăn đá tủ lạnh 30 phút

b) Kết hợp xoài, sữa, đường, nước cốt chanh và vani trong máy xay sinh tố. Xay đến khi mịn.

c) Thêm đá viên và chế biến cho đến khi đá viên cũng mịn.

d) Phục vụ ngay lập tức.

75. Cafe Cappuccino

Thành phần:

- 1/2 cốc cà phê hòa tan
- 3/4 chén đường
- 1 cốc sữa khô không béo
- 1/2 muỗng cà phê vỏ cam khô

Hướng

a) Nghiền vỏ cam khô trong cối và chày

b) Sử dụng 2 muỗng canh cho mỗi cốc nước nóng

76. Cappuccino lắc

Thành phần:

- 1 cốc sữa gầy
- 1 1/2 muỗng cà phê hòa tan
- 2 gói chất làm ngọt nhân tạo
- 1/4 ounce Brandy hoặc Rum Hương liệu
- 1 chút quế

Hướng

a) Trong máy xay sinh tố, kết hợp sữa, cà phê, chất làm ngọt và chiết xuất rượu Brandy hoặc rượu rum.

b) Pha trộn cho đến khi cà phê được hòa tan.

c) Phục vụ với một chút quế.

d) Để uống nóng, hâm nóng trên lò vi sóng.

77. Cappuccino kem

Thành phần:

- 1/4 tách cà phê Espresso hòa tan hoặc cà phê rang đậm ngay lập tức
- 2 chén nước sôi
- 1/2 cốc kem nặng, đánh bông
- Quế, nhục đậu khấu, hoặc vỏ cam thái nhỏ
- Đường

Hướng

a) Hòa cà phê vào nước sôi, Rót vào cốc nhỏ, cao.

b) Chỉ lấp đầy một nửa.

Thêm một dấu gạch ngang:

a) Quế, nhục đậu khấu, hoặc vỏ cam thái nhỏ

b) Gấp kem vào cà phê.

78. Cappuccino đông lạnh

Thành phần:

- 2 muỗng sữa chua đông lạnh vani
- 1/2 cốc sữa
- 1 muỗng canh bột sô cô la Hershey's
- 1 1/2 muỗng cà phê hạt cà phê hòa tan

Hướng

a) Cho 1 muỗng sữa chua đông lạnh, sữa, bột sô cô la và hạt cà phê vào máy xay thực phẩm hoặc máy xay sinh tố.

b) Xử lý 30 giây hoặc cho đến khi mịn.

c) Rót vào ly soda cao.

d) Top với muỗng sữa chua còn lại.

CÀ PHÊ HOA QUẢ

79. cà phê mâm xôi

Thành phần:

- 1/4 chén đường nâu
- Bã cà phê cho bình 6 tách cà phê thông thường
- 2 muỗng cà phêChiết xuất quả mâm xôi

Hướng

a) Đặt chiết xuất quả mâm xôi vào bình cà phê rỗng

b) Cho đường nâu và bã cà phê vào phin cà phê

c) Cho 6 chén nước ở trên vào và ủ ấm.

80. Cà Phê Giáng Sinh

Thành phần:

- 1 ấm cà phê (tương đương 10 cốc)
- 1/2 chén đường
- 1/3 cốc nước
- 1/4 cốc ca cao không đường
- 1/4 muỗng cà phê quế
- 1 nhúm hạt nhục đậu khấu
- Kem topping

Hướng

a) Chuẩn bị bình cà phê.

b) Trong một chảo nước sốt vừa, đun nóng nước đến mức sôi thấp. Thêm đường, ca cao, quế và nhục đậu khấu.

c) Đun sôi trở lại trong khoảng một phút - thỉnh thoảng khuấy.

d) Kết hợp hỗn hợp cà phê và ca cao/gia vị và phục vụ với kem đánh bông.

81. Cà phê cốt dừa đậm đà

Thành phần:

- 2 ly Nửa rưỡi
- 15 oz. Kem dừa lon
- 4 ly cà phê pha nóng
- Kem ngọt

Hướng

a) Đun sôi nửa rưỡi và kem dừa trong nồi ở lửa vừa, khuấy liên tục.

b) Khuấy cà phê.

c) Ăn kèm với kem ngọt.

82. Cà Phê Chuối Sô Cô La

Thành phần:

- Pha một bình 12 tách cà phê thông thường của bạn
- Thêm 1/2-1 tsp của Banana Extract
- Thêm 1-11/2 tsp ca cao

Hướng

a) Kết hợp

b) Thật đơn giản...và hoàn hảo cho một ngôi nhà đầy khách

83. cà phê rừng đen

Thành phần:

- 6 oz. Cà phê mới pha
- 2 muỗng canh xi-rô sô cô la
- 1 muỗng canh nước ép anh đào Maraschino
- Kem đánh
- sô cô la cạo
- anh đào Maraschino

Hướng

a) Kết hợp cà phê, xi-rô sô cô la và nước ép anh đào trong cốc. Trộn đều.

b) Phủ sô cô la bào và một hoặc 2 quả anh đào lên trên với kem đánh bông.

84. Cà phê Maraschino

Thành phần:

- 1 ly cà phê đen
- 1 oz. Amaretto
- topping đánh bông
- 1 quả anh đào Maraschino

Hướng

a) Đổ đầy cốc cà phê hoặc cốc cà phê đen nóng. Khuấy trong amaretto.

b) Trên cùng với topping quất và một quả anh đào.

85. Cà Phê Hạnh Nhân Sô Cô La

Thành phần:

- 1/3 cốc cà phê xay
- 1/4 muỗng cà phê hạt nhục đậu khấu tươi
- 1/2 muỗng cà phê chiết xuất sô cô la
- 1/2 muỗng cà phê chiết xuất hạnh nhân
- 1/4 chén hạnh nhân nướng, xắt nhỏ

Hướng

a) Xử lý hạt nhục đậu khấu và cà phê, thêm chất chiết xuất. Xử lý lâu hơn 10 giây. Đặt trong bát và khuấy trong hạnh nhân. Bảo quản trong tủ lạnh.

b) Làm cho 8 khẩu phần sáu ounce. Để pha: Cho hỗn hợp vào bộ lọc của máy pha cà phê nhỏ giọt tự động.

c) Thêm 6 cốc nước và pha

86. Soda cà phê Pop

Thành phần:

- 3 cốc cà phê đậm đặc ướp lạnh
- 1 muỗng canh đường
- 1 cốc Nửa rưỡi
- 4 Muỗng (1 pint) kem cà phê
- 3/4 cốc soda câu lạc bộ ướp lạnh
- Kem ngọt
- 4 quả anh đào Maraschino,
- Trang trí những lọn tóc sô cô la hoặc ca cao

Hướng

a) Kết hợp hỗn hợp cà phê và đường trong một nửa và một nửa.
b) Đổ đầy 4 ly soda cao với hỗn hợp cà phê
c) Thêm một muỗng kem và đổ đầy ly lên trên bằng soda.
d) Trang trí với kem đánh bông, sô cô la hoặc ca cao.
e) Điều trị tuyệt vời cho các bữa tiệc
f) Sử dụng decaf cho các bữa tiệc với những người trẻ tuổi

87. cà phê Viên

Thành phần:

- 2/3 chén cà phê hòa tan khô
- 2/3 chén đường
- 3/4 chén bột kem không sữa
- 1/2 muỗng cà phê quế
- Đập dập từng hạt tiêu, đinh hương và nhục đậu khấu.

Hướng

a) Trộn tất cả các thành phần lại với nhau và Bảo quản trong lọ kín khí.
b) Trộn 4 muỗng cà phê với một cốc nước nóng.
c) Điều này làm cho một món quà tuyệt vời.
d) Đặt tất cả các thành phần trong một lọ đóng hộp.
e) Trang trí bằng ruy băng và thẻ treo.
f) Thẻ treo phải có hướng dẫn trộn được đánh máy trên đó.

88. Espresso Romano

Thành phần:

- 1/4 cốc cà phê xay mịn
- 1 1/2 chén nước lạnh
- 2 dải vỏ chanh

Hướng

a) Đặt cà phê xay vào bộ lọc của bình cà phê nhỏ giọt

b) Thêm nước và pha theo hướng dẫn pha máy

c) Thêm chanh vào mỗi cốc

d) Giao banh

CÀ PHÊ HỖN HỢP

89. Quán cà phê au lait

Thành phần:

- 1 ly Sữa
- 1 cốc Kem nhẹ
- 3 muỗng cà phê hòa tan
- 2 chén nước sôi

Hướng

a) Ở nhiệt độ thấp, đun nóng sữa và kem cho đến khi nóng. Trong khi đó, hòa tan cà phê trong nước sôi. Trước khi dùng, đánh hỗn hợp sữa bằng máy đánh trứng quay cho đến khi nổi bọt. Đổ hỗn hợp sữa vào bình đã hâm nóng và cà phê vào bình riêng.

b) Để phục vụ: Đổ đầy cốc bằng cách rót từ cả hai bình cùng một lúc, làm cho các dòng chảy gặp nhau khi bạn rót.

c) Cà phê này tạo ra một bài thuyết trình tuyệt vời cũng như hương vị thơm ngon.

90. Cappuccino cam uống liền

Thành phần:

- 1/3 cốc bột kem không sữa
- 1/3 cốc Đường
- Cà phê hòa tan khô 1/4
- 1 hoặc 2 viên kẹo cứng màu cam (nghiền nát)

Hướng

a) Trộn tất cả các thành phần với nhau trong máy trộn.

b) Pha 1 muỗng canh với 3/4 cốc nước nóng.

c) Bảo quản trong lọ kín khí.

91. Hỗn hợp Mocha kiểu Thụy Sĩ

Thành phần:

- 1/2 cốc cà phê hạt hòa tan
- 1/2 chén đường
- 2 muỗng canh ca cao
- 1 chén sữa bột khô không béo

Hướng

a) Kết hợp tất cả và trộn đều. Bảo quản hỗn hợp trong hộp kín.

b) Đối với mỗi khẩu phần:

c) Đặt 1 muỗng canh + 1 muỗng cà phê. hỗn hợp vào cốc.

d) Thêm 1 cốc nước sôi và khuấy đều.

92. Cà phê Ireland kem hòa tan

Thành phần:

- 1 1/2 cốc nước ấm
- 1 muỗng canhPha cà phê hòa tan
- 1/4 cốc rượu whisky Ailen
- Đường nâu để hương vị
- Topping đánh bông

Hướng

a) Trong một biện pháp 2 cốc kết hợp nước và tinh thể cà phê hòa tan. Lò vi sóng, không đậy nắp, bật công suất 100% trong khoảng 4 phút hoặc chỉ cho đến khi bốc hơi.
b) Khuấy rượu whisky Ailen và đường nâu. Phục vụ trong cốc.
c) Top mỗi cốc với topping quất.

93. Hỗn hợp cà phê Mocha

Thành phần:

- 1/4 chén bột kem không sữa
- 1/3 cốc Đường
- 1/4 cốc cà phê hòa tan khô
- 2 muỗng canh. Ca cao

Hướng

a) Cho tất cả nguyên liệu vào máy trộn, đánh ở tốc độ cao cho đến khi hòa quyện. Trộn 1 1/2 muỗng canh

b) với một cốc nước nóng.

c) Bảo quản trong lọ kín khí. Chẳng hạn như một lọ đóng hộp.

94. Cà Phê Hòa Tan Mocha

Thành phần:

- 1 cốc cà phê hòa tan pha lê
- 1 chén hỗn hợp sô cô la hoặc ca cao nóng
- 1 chén kem không sữa
- 1/2 chén đường

Hướng

a) Kết hợp tất cả các thành phần; trộn kỹ. Bảo quản trong lọ đậy kín. Hãy thử một lọ đóng hộp.

b) Để phục vụ: Đặt 1 1/2 - 2 muỗng canh vào cốc hoặc cốc.

c) Khuấy nước sôi để đổ đầy cốc.

d) Pha 3 1/2 tách cà phê hoặc khoảng 25 phần ăn trở lên.

95. Hỗn hợp cà phê kiểu Viên

Thành phần:

- 2/3 cốc (ít) cà phê hòa tan khô
- 2/3 cốc Đường
- 3/4 cốc bột kem không sữa
- 1/2 muỗng cà phê quế
- dấu gạch ngang hạt tiêu
- dấu gạch ngang đinh hương
- hạt nhục đậu khấu

Hướng

a) Trộn tất cả các thành phần và bảo quản trong lọ kín.

b) Pha 4 muỗng cà phê với 1 cốc nước nóng.

96. Hỗn hợp cà phê Nightcap

Thành phần:

- 2/3 tách kem cà phê Nondairy
- 1/3 cốc cà phê hòa tan Decaf hạt
- 1/3 chén Đường cát
- 1 muỗng cà phê bạch đậu khấu
- 1/2 muỗng cà phê bột quế

Hướng

a) Kết hợp tất cả các thành phần trong một bát vừa; khuấy đều cho đến khi được trộn đều.

b) Đựng trong bao bì kín khí. Mang lại 1 1/3 tách hỗn hợp cà phê

c) Thìa trộn 1 thìa canh cà phê vào 8 ounces nước nóng. Khuấy cho đến khi trộn đều.

97. Pha cà phê cappuccino

Thành phần:

- 6 muỗng cà phê hòa tan
- 4 muỗng canh cacao không đường
- 1 muỗng cà phê bột quế
- 5 muỗng canh đường
- Kem đánh

Hướng

a) Trộn tất cả các thành phần.

b) Để pha một khẩu phần cà phê, hãy sử dụng 1 thìa hỗn hợp và cho vào cốc lớn; đổ 1 $\frac{1}{2}$ cốc nước sôi lên trên và khuấy đều.

c) Top với kem tươi

98. Cafe Cappuccino Pha

Thành phần:

- 1/2 tách Cà phê hòa tan
- 3/4 chén đường
- 1 cốc sữa bột không béo
- 1/2 muỗng cà phê vỏ cam khô

Hướng

a) Nghiền vỏ cam khô bằng cối và chày. Khuấy tất cả các thành phần.

b) Sử dụng máy xay để kết hợp, cho đến khi bột.

c) Đối với mỗi khẩu phần:

d) Sử dụng 2 muỗng canh cho mỗi cốc nước nóng.

e) Tạo ra khoảng 2 1/4 cốc hỗn hợp.

99. Cà phê Louisiana với sữa

Thành phần:

- 2 ly Sữa
- Đường
- 1 tách cà phê Louisiana

Hướng

a) Cho sữa vào nồi; đun sôi.

b) Đổ đồng thời cà phê và sữa nóng mới pha vào cốc; ngọt với đường cho vừa ăn.

100. Cà phê Tây Ấn

Thành phần:

- 3 1/2 cốc Sữa Nguyên Chất
- 1/4 tách Cà phê hòa tan
- 1/4 chén đường nâu
- 1 chút muối

Hướng

a) Cho cà phê hòa tan, đường nâu và muối vào cốc của bạn.

b) Mang sữa cẩn thận đến khi bắt đầu sôi. Khuấy để hòa tan.

c) Phục vụ trong cốc nặng.

d) Làm cho 4 phần ăn.

PHẦN KẾT LUẬN

Có hàng triệu người chỉ đơn giản là yêu thích hương vị của cà phê. Hương vị này là khác nhau đối với mỗi người uống cà phê vì có rất nhiều hương vị cà phê, cách rang và các loại có sẵn trên thị trường. Một số người thích hương vị cà phê đậm trong khi những người khác thích vị cà phê rang nhẹ hơn, mịn và êm dịu.

Bất kể hương vị như thế nào, mọi người đều bị lôi cuốn vào tách cà phê buổi sáng của họ. Những lý do hàng đầu khiến mọi người uống cà phê cũng đa dạng như loại cà phê có sẵn để uống. Bất kể lý do tại sao mọi người uống cà phê, nó chỉ đứng thứ hai sau nước về lượng tiêu thụ và mỗi ngày số lượng người uống cà phê tăng lên rất nhiều, thêm lý do của riêng họ để uống nó vào danh sách.

Nếu bạn là một người đam mê cà phê hoặc một người mới chuyển đổi, cuốn sách nấu ăn này sẽ giúp bạn có một chặng đường dài để làm sâu sắc thêm tình yêu của bạn đối với cà phê!

Chúc mừng sản xuất bia!